I0215942

મહાન ભારતીય મહાપુરુષ

ડૉ. ભીમરાવ આંબેડકર

રેનૂ સરન

ડાયમંડ બુક્સ

www.diamondbooks.in

@ લેખકાધીન		
પ્રકાશક	:	ડાયમંડ પૉકેટ બુક્સ (પ્રા.) લિ.
		X-30, ઓખલા ઇંડસ્ટ્રિયલ એરિયા, ફેઝ-II,
		નવી દિલ્હી-110020
ફોન	:	011-40712100
ઈ-મેઈલ	:	sales@dpb.in
વેબસાઈટ	:	www.diamondbook.in
સંસ્કરણ	:	2025

DR. BHEEMRAO AMBEDKAR
by : Renu Saran

વિષય-સૂચી

૧.	પરિચય	૫
૨.	ભીમરાવનો જન્મ	૯
૩.	અછૂત જાતિ મહાર	૧૦
૪.	પિતાની સેવાનિવૃત્તિ	૧૧
૫.	સ્કૂલમાં પ્રવેશ	૧૩
૬.	છુઆછૂતનું દર્દ	૧૪
૭.	માતાનું મૃત્યુ	૧૭
૮.	શિક્ષક દ્વારા નવું નામકરણ	૧૯
૯.	મેટ્રિકની પરીક્ષા અને લગ્ન	૧૯
૧૦.	સંતાન તથા સ્નાતકની ડિગ્રી	૨૩
૧૧.	પારિવારિક જવાબદારી	૨૫
૧૨.	પિતાનું મૃત્યુ	૨૫
૧૩.	અમેરિકા પ્રસ્થાન	૨૬
૧૪.	અમેરિકામાં ઉચ્ચ શિક્ષા	૨૭
૧૫.	લંડન પ્રસ્થાન	૩૦
૧૬.	સંતાનનું મૃત્યુ	૩૦
૧૭.	વડોદરાના દીવાનનો પત્ર	૩૧
૧૮.	અસહનીય અપમાન	૩૨

૧૯.	મુંબઈમાં નોકરી	૩૩
૨૦.	વકીલાતની શરૂઆત	૩૭
૨૧.	અછૂતોને અધિકાર અપાવવા હેતુ કાર્ય	૨૯
૨૨.	મુંબઈ વિધાન પરિષદના સદસ્ય	૪૨
૨૩.	ગાંધી-આંબેડકર વિવાદ	૪૩
૨૪.	બ્રિટિશ સરકારની ઘોષણા	૪૫
૨૫.	અંગ્રેજો દ્વારા સન્માનિત	૪૭
૨૬.	નવું નામ બાબા સાહેબ	૪૮
૨૭.	ઇન્ડિપેન્ડન્ટ લેબર પાર્ટીનું ગઠન	૪૯
૨૮.	દેશના પ્રથમ કાયદા મંત્રી	૫૧
૨૯.	ભારતીય સંવિધાનના રચયિતા	૫૩
૩૦.	વિદેશી પત્રકારથી મુલાકાત	૫૪
૩૧.	બીજા લગ્ન	૫૫
૩૨.	હિન્દુ કોડ બિલ	૫૭
૩૩.	બૌદ્ધ ધર્મ ગ્રહણ	૫૯
૩૪.	આંબેડકરની લખેલ પુસ્તકો	૬૦
૩૫.	નિધન	૬૨
૩૬.	સન્માન	૬

૧. પરિચય

ડૉ. ભીમરાવ રામજી આંબેડકરને સ્નેહ, આદર તેમજ શ્રદ્ધાથી આપણે 'બાબા સાહેબ' કહીએ છીએ. ભીમરાવ આંબેડકરે સ્વતંત્ર ભારતના સંવિધાનની રચના કરી. એકલા જ સંવિધાનનું માળખું બનાવવું એક પ્રશંસનીય કામ હતું. એમણે સ્વતંત્ર ભારતનું સંવિધાન બનાવીને એ સાબિત કરી દીધું કે, જો કોઈ નિશ્ચય કરી લે, તો અશક્યને પણ શક્ય બનાવી શકે છે. તેઓ સ્વતંત્ર ભારતના પ્રથમ કાયદા મંત્રી હતા.

તેઓ સાચા અર્થોમાં દેશભક્ત હતા, જેમને પોતાના દેશની એકતાથી અત્યંત પ્રેમ હતો. તેઓ સમાનતા, ન્યાય અને માનવતા માટે જીવનભર ઝઝૂમતા રહ્યાં. એમણે હંમેશાં એ વાતનું ધ્યાન રાખ્યું કે, ભારતની અખંડતા પર કોઈ પ્રકારની કોઈ આંચ ન આવે.

અનેક કઠિન પરિસ્થિતિઓનો સામનો કરતાં-કરતાં

ડૉ. ભીમરાવ આંબેડકર

ડૉ. આંબેડકરે પોતાની દૃઢ ઇચ્છાશક્તિની સાથે અથાગ મહેનત કરી અને એલ.એલ.બી., એલ.એલ.ડી., બાર એટ લૉ, એમ.એ, એમ.એસ.સી. પી.એચ.ડી., અને ડી.એસ.સી. જેવી ડિગ્રીઓ પ્રાપ્ત કરી. ડૉ. આંબેડકર પોતાના સમયના વિશ્વના ૬ વિદ્વાનોમાંથી એક વિદ્વાન તરીકે ઓળખાતા હતા.

ડૉ. આંબેડકર ભણતરને ખૂબ મહત્ત્વ આપતા હતા. તેઓ કહેતા હતા- 'બધાએ લગનથી ભરપૂર ભણવું જોઈએ. ફક્ત ભણીને ડિગ્રીઓ પ્રાપ્ત કરવી જ પર્યાપ્ત નથી. વિદ્યાર્થીઓએ રચનાત્મક કાર્ય પણ કરવા જોઈએ.'

ડૉ. આંબેડકરે પોતાની સફળતાનું રહસ્ય એકમાત્ર શિક્ષાને જ બતાવતા કહ્યું હતું - 'શિક્ષિત બનો, સંગઠિત રહો અને સંઘર્ષ કરો.'

ડૉ. આંબેડકર સાધારણ માનવ થઈને પણ અસાધારણ હતા, એમણે જીવનભર સમસ્યાઓને સહન કરી, છતાં પણ ક્યારેય વિચલિત ના થયા. એમના મનમાં કોઈ માટે પણ બદલાની ભાવના જેવું કશું પણ ન હતું. એમના જીવનથી આપણે બધા કશુંને કશું શીખી શકીએ છીએ. માનવતાને ધર્મનું મૂળ

ડૉ. ભીમરાવ આંબેડકર

બતાવવાવાળા ડૉ. આંબેડકર પોતાની વિદ્વતા તથા બુદ્ધિતા માટે પેઢી દર પેઢી આદરણીય રહેશે.

૨. ભીમરાવનો જન્મ

વર્ષ ૧૯૮૧, એ સમયે ભારત પર બ્રિટિશ શાસન હતું. અંગ્રેજી સેનામાં સૂબેદાર રામજી રાવ માલોજી સકપાલની પત્ની ભીમાબાઈએ ૧૪ એપ્રિલે પોતાની ૧૪મી સંતાનના રૂપમાં એક સુંદર પુત્રને જન્મ આપ્યો. એમના ૧૩ બાળકોમાંથી ફક્ત ૪ જ જીવિત હતા. બાળકના જન્મ સમયે રામજી રાવ મહૂ છાવણી (મધ્ય પ્રદેશ)માં કાર્યરત હતા. રામજી રાવ જાતિના મહાર હતા. તેઓ ગામ અંબાવડે, જિલ્લા રત્નાગિરી, મહારાષ્ટ્રના નિવાસી હતા. એમની પત્ની ભીમાબાઈ ધાર્મિક સ્વભાવની હતી.

મહારાષ્ટ્રીયન પરંપરા અનુસાર મહાર સ્વામીએ બાળકને આશીર્વાદ આપ્યા અને માં ભીમાબાઈના નામ પર બાળકનું નામ ભીમ સકપાલ રખાયું. પરિવાર, સંબંધીઓ તેમજ મિત્રજનોએ બાળકના જન્મ પર ખૂબ ખુશીઓ મનાવી, કેમ કે રામજી રાવના ઘણાં બાળકો જન્મ લીધા પછી મૃત્યુને પ્રાપ્ત થઈ ગયા હતા.

ભીમરાવ પોતાના માતા-પિતાની પાંચમી (જીવિત) અને સૌથી નાની સંતાન હતા. એમના બે ભાઈ અને બે બહેનો, મંજુલા અને તુલસી હતી. ઘરમાં સૌથી નાના હોવાને કારણે ભીમરાવ સૌથી લાડલા અને દુલારા હતા.

૩. અછૂત જાતિ મહાર

મહાર જાતિ મહારાષ્ટ્ર પ્રદેશની સૌથી અધિક બહાદુર વીર હિન્દુ જાતિ છે, જેમણે છત્રપતિ શિવાજી તેમજ પેશવાઓ માટે યુદ્ધ જીત્યાં.

બ્રિટિશ શાસન સમયે ઈસ્ટ ઇન્ડિયા કંપનીની મુંબઈમાં ૨૫ મહાર રેજિમેન્ટ હતી, જેમાં ૭૫૦ મહાર સૈનિક હતા. પ્રથમ તથા દ્વિતીય વિશ્વયુદ્ધમાં મહારોએ અદ્ભુત સાહસ તેમજ અત્યંત વીરતાનો પરિચય આપ્યો હતો.

મહારોની બહુસંખ્યા મહારાષ્ટ્રમાં જોવા મળે છે. મહાર જાતિ મરાઠા, મરાઠી તથા મરાઠાવાડાનું અભિન્ન અંગ રહી છે અને આજે પણ છે. મહારાષ્ટ્રની સંપૂર્ણ જનસંખ્યાનો ૯ ટકા ભાગ મહારજાતિનો છે. આ સમયે ભારતીય સેનામાં મહાર રેજિમેંટની ૧૫ બટાલિયન છે. આ ડૉ. આંબેડકરની અથાગ મહેનત

તેમજ સાચી લગનનું જ સુપરિણામ છે. ભારતના સ્વતંત્ર થયા પછી જ્યારે પહેલીવાર ભારત-પાક. યુદ્ધ થયું હતું, તો એ ૧૪ દિવસના ઐતિહાસિક યુદ્ધમાં પણ મહાર રેજિમેન્ટે પોતાની વીરતાનું વધી-ચઢીને પ્રદર્શન કર્યું.

સમયની સાથે પોતાનું પૈતૃક કામકાજ છોડીને મહારોએ સ્મશાનોમાં લાકડી પહોંચાડવી, મરેલા પશુઓને ઉઠાવીને ગામથી બહાર ફેંકવાનું કાર્ય અપનાવી લીધું, જેના કારણે એમને અછૂત (શૂદ્ર) માનવામાં આવતા હતા. લોકો એમની સાથે ઉઠવું-બેસવું તો દૂર, એમના હાથનું પાણી પણ પીતા ન હતા. ત્યાં સુધી કે વાળંદ પણ એમના વાળ કાપતા ન હતા. મંદિરોમાં એમનું ઘુસવું મનાઈ હતું. એમને નળ અને કુવા સ્પર્શવાનો અધિકાર ન હતો. મહારોને કોઈના પણ ઘરે તહેવાર-ઉત્સવમાં બોલાવવામાં આવતા ન હતા.

૪. પિતાની સેવાનિવૃત્તિ

સેનાની નોકરી વધારે દિવસોની ના રહેતી. સૂબેદાર રામજી ૧૫ વર્ષની નોકરી કરીને ભીમરાવના જન્મના એક વર્ષ બાદ સેવા નિવૃત્ત થઈ ગયા. ગૃહસ્થી ચલાવવા

માટે નવી આજીવિકાની શોધમાં તેઓ સપરિવાર સતારા (મહારાષ્ટ્ર) આવી ગયા. અહીંયા રામજી રાવને એક કંપનીમાં સ્ટોરકીપરની નોકરી મળી ગઈ. ત્યાંથી જ ભીમરાવનું ભણતર શરૂ થયું.

૫. સ્કૂલમાં પ્રવેશ

બાળક ભીમ સકપાલ ૫ વર્ષના થઈ ગયા હતા. માતા ભીમાબાઈને એને પાઠશાળા મોકલવાની ચિંતા થવા લાગી, પરંતુ પિતાના તમામ પ્રયત્નો છતાં એક અછૂત બાળકને કોઈપણ પાઠશાળામાં પ્રવેશ મળી રહ્યો ન હતો. આખરે 'રાજકીય વર્નાક્યૂલર સ્કૂલ'ના પ્રધાનાચાર્યને રામજી પર દયા આવી અને એમણે ભીમરાવનો દાખલો સ્વીકાર કરી લીધો, પરંતુ એ શરત પર કે ભીમ પોતાના ઘરથી એક ટાટ લઈને આવ્યા કરશે. તે દરવાજાની પાસે બહાર બેસશે અને કોઈ બાળકને સ્પર્શશે નહીં.

ભીમ સ્કૂલ જવા લાગ્યા. એમને પોતાની નાની ઉંમરમાં જ અહેસાસ થઈ ગયો હતો કે પાઠશાળાના છોકરા એમની મજાક ઉડાવે છે. સ્કૂલમાં તરસ લાગવા પર સ્કૂલનો પટાવાળો દૂરથી એમના હાથોમાં પાણી

નાખીને પીવડાવતો હતો. કેટલીય વાર તો એમને દિવસભર તરસ્યા જ રહેવું પડતું હતું. પરંતુ કોઈને પણ જવાબ આપવાને બદલે તેઓ મન લગાવીને અભ્યાસ કરતાં રહેતા. ધીમે-ધીમે તેઓ બધા શિક્ષકોના પ્રિય બની ગયા. બધા શિક્ષક એમને દરેક વાત સારી રીતે સમજાવતા.

ભીમરાવ બાળપણથી જ કુશાગ્ર બુદ્ધિના હતા. એક દિવસે ગણિતના શિક્ષકે બોર્ડ પર એક સવાલ લખીને વિદ્યાર્થીઓથી એનો જવાબ આપવાનું કહ્યું, તો ક્લાસમાં ફક્ત ભીમનો હાથ ઉઠ્યો. સવાલ હલ કરવા માટે ભીમ જેવા જ બોર્ડ તરફ વધ્યા, તેવા જ બાકી વિદ્યાર્થી બૂમો પાડી ઊઠ્યાં- 'ગુરુજી! ભીમને રોકો!' વાત એ હતી કે બોર્ડ એક તખ્ત પર હતું અને એના પર સવર્ણ જાતિના છોકરાંના ખાવાના ડબ્બા રાખ્યા હતા. બધા વિદ્યાર્થીઓએ પોત-પોતાના ડબ્બા ઉઠાવી લીધા. એના પછી જ ભીમ બોર્ડ પાસે જઈ શક્યા.

૬. છુઆછૂતનું દર્દ

સૂબેદાર રામજી નોકરીના કારણથી કોરેગામમાં રહેતા હતા. એક વાર ૬ વર્ષીય ભીમ પોતાના મોટા ભાઈ આનંદરાવની સાથે રજાઓમાં સતારાથી

કોરેગામ રેલગાડીથી રવાના થયા. એમણે પોતાના પિતાજીને પત્ર લખીને પહેલાં જ આવવાની સૂચના આપી દીધી હતી, પરંતુ રામજીને બાળકોનો પત્ર ના મળ્યો. જ્યારે બંને બાળકો મસૂર રેલવે સ્ટેશન પર ઉતર્યા, તો પોતાના પિતાને ના જોઈને પરેશાન થઈ ગયા. સાંજ થઈ ગઈ હતી. બાળકોની પરેશાની જોઈને સ્ટેશન માસ્ટરે એમને બળદગાડી પર બેસાડી દીધા. વાતો-વાતોમાં ગાડીવાનને જાણ ચાલી કે બંને બાળક મહાર જાતિના છે, તો એણે એમને અધવચ્ચે જ ગાડીથી ઉતારી દીધા. બંને બાળકો રોતા-રોતાં ગાડીવાનથી વિનંતી કરવા લાગ્યા કે, અમારાથી બમણાં પૈસા લઈ લો, પરંતુ સાંજના સમયે અમને અધવચ્ચે છોડીને ના જાઓ. ગાડીવાન બમણાં ભાડાની લાલચમાં આવી ગયો, પરંતુ એણે કહ્યું- 'ઠીક છે, હું બમણું ભાડું લઈશ પણ તમને ગાડીમાં નહીં બેસાડું. તમે બંને બળદગાડીની પાછળ-પાછળ ચાલજો.' બિચારા બંને ભાઈ પગપાળઆ જ ચાલી પડ્યાં. ચાલતાં-ચાલતાં એમના પગોમાં છાલા પડી ગયા. ભૂખ અને થાકથી હાલત ખરાબ થઈ ગયા. જ્યારે તેઓ ઘેર પહોંચ્યા તો પિતાથી ચિપકીને રોવા લાગ્યા. પિતાના પૂછવા પર એમણે બધી વાત બતાવી.

બાળકોની વાતો સાંભળીને માતા-પિતાની આંખોમાં આંસૂ આવી ગયા. પિતાએ બંનેને સમજાવતા કહ્યું- 'બેટા! અછૂત કહીને એણે જે તારું અપમાન કર્યું છે, તારે એ અપમાનનો બદલો ઉચ્ચ શિક્ષા પ્રાપ્ત કરીને, ઉચ્ચ વર્ગમાં બેસીને લેવાનો છે. ચિંતા ના કરો. મોટા થઈને ખૂબ ભણજો. પછી પોતાના અપમાનનનો બદલો લોકોને સારા કામોને બતાવીને લેજો. ત્યારે આ દુનિયાવાળા તમારી સામે પોતાનું માથું ઝુકાવશે.'

બાળકોને સમજમાં આવી ગયું કે ભણવું-લખવું સારી વાત છે. ભણવા-લખવાથી જ એમને સન્માન મળશે.

૭. માતાનું મૃત્યુ

થોડાં દિવસો પછી એક દિવસ ભીમાબાઈને તેજ તાવ આવ્યો. લગભગ એક મહીના સુધી તેઓ તાવથી પીડિત રહી. અછૂત હોવાને કારણે કોઈ પણ વૈદ્ય કે ડૉક્ટર, ભીમાબાઈની સારવાર કરવા માટે તૈયાર ના થયો. એમની તબિયત દિવસોદિવસ ખરાબ થતી ગઈ અને એક દિવસ તેઓ આ સંસારને છોડીને ચાલી ગઈ.

ઘર તથા બાળકોની જવાબદારી સંભાળવી અને નોકરી કરવી રામજી રાવ માટે ખૂબ મુશ્કેલીભર્યું હતું. તેઓ ફક્ત રાત્રે જ ભોજન પકાવી શકતા હતા અને એનાથી જ થોડું ભોજન બચાવીને સવાર માટે રાખી દેતા હતા. પૂરો પરિવાર સવારે એ બચેલા ભોજનથી જ કામ ચલાવતા. પરંતુ અડધું પેટ ભોજન ખાવાથી નાના ભીમને બપોરે ભૂખ લાગી જતી હતી. દિવસભર તેઓ ઉદાસ રહેતા, જ્યારે માતાની યાદ આવતી, તો રોવા લાગતા. એ સમયે માતાની મમતાથી વંચિત નાના ભીમને એમના પ્રધાનાધ્યાપકે સહારો આપ્યો. અભ્યાસમાં સારા અંક લઈને ઉત્તીર્ણ થતા હતા, આથી આંબેડકર નામના તે બ્રાહ્મણ પ્રધાનાધ્યાપક ભીમને ખૂબ સ્નેહ કરતાં હતા. દિવસભર ભૂખ્યા રહીને અભ્યાસ કરતાં ભીમને જોઈને એમણે એને બપોરનું ભોજન ખુદ આપવાનું શરૂ કર્યું. તેઓ નાના ભીમને દાળ-શાકભાજી-રોટલી વાસણમાં રાખીને આપતા હતા અને પીવા માટે પાણી પોતાના જ માટલામાંથી આપતા. આ રીતે ભીમરાવના દિવસના ભોજનની સમસ્યાનું સમાધાન થઈ ગયું.

આ પરિસ્થિતિઓમાં પણ ભીમરાવે ખૂબ પરિશ્રમ

અને લગનની સાથે પ્રાઈમરી પાઠશાળાનો અભ્યાસ પ્રથમ શ્રેણીમાં ઉત્તીર્ણ કરી લીધો.

૮. શિક્ષક દ્વારા નવું નામકરણ

અમ્બાવડે ગામના નિવાસી હોવાને કારણે ભીમના દાદાનું ઉપનામ અમ્બાવડેકર હતું. સ્કૂલમાં ઉપસ્થિતિ દર્જ કરવામાં ભીમરાવ સકપાલ અમ્બાવડેકર નામ ખૂબ લાંબું થતું હતું. એના પર આંબેડકર નામના એમના પ્રધાનાધ્યપકે ભીમથી કહ્યું- ‘આજથી તૂં મારું ઉપનામ આંબેડકર લખ્યા કર.’ આ પ્રકારે ભીમનું નામ ભીમરાવ સકપાલથી ભીમરાવ આંબેડકર થઈ ગયું.

૯. મેટ્રિકની પરીક્ષા અને લગ્ન

પ્રાથમિક શિક્ષા પૂરી થઈ ગયા પછી સૂબેદાર રામજી પરિવાર સહિત સતારા છોડીને મુંબઈ આવી ગયા અને લોઅર પરેલની ચાલમાં રહેવા લાગ્યા. આનંદરાવ અને ભીમરાવે અહીંયા એલફિંસ્ટન હાઈસ્કૂલમાં દાખલો લઈ લીધો.

મુંબઈમાં પણ ભીમરાવને અછૂત હોવાના અપમાનનો સામનો કરવો પડ્યો. રામજીની ઈચ્છા હતી કે ભીમરાવ સંસ્કૃત ભાષાના પ્રકાંડ વિદ્વાન બને, પરંતુ સંસ્કૃતના બ્રાહ્મણ અધ્યાપકે સ્પષ્ટ કહી દીધું કે, હું અછૂત છોકરાઓને સંસ્કૃત નહીં શિખવાડું. લાચાર થઈને ભીમને ફારસી ભાષા શીખવી પડી. એક દિવસ તેઓ ચા પીવા માટે એક દુકાનમાં ઘુસ્યા તો ચાવાળઆ એમની જાતિ પૂછી. ભીમરાવને જૂઠું બોલવાનું પસંદ ન હતું. એમણે સાચું બતાવી દીધું. જેવી જ ચા વાળાને ખબર પડી કે, ભીમરાવ જાતિના મહાર છે, તો એણે એમના પર ખરાબ રીતે ગુસ્સો કરીને એ પ્રકારે ભગાવ્યા કે ભીમરાવ દુકાનની સામે કીચડમાં જઈ પડ્યાં. આ જોઈને ત્યાં ઉપસ્થિત બધા લોકો એમના પર હસવા લાગ્યા. ભીમરાવ અપમાનિત મહેસૂસ કરતાં-કરતાં દુઃખી મનથી નિરાશ થઈને ઘેર પાછા આવી ગયા.

આ પ્રકારની અગણિત ઘટનાઓનો સામનો આંબેડકરને પોતાના જીવનમાં સહન કરવો પડ્યો હતો તથા એ જ ઘટનાઓના આધાર પર જ એમની ઉચ્ચ શિક્ષા પ્રાપ્ત કરવાનો સંકલ્પ મજબૂત થતો ચાલ્યો ગયો.

એક દિવસ હાઈસ્કૂલના એક શિક્ષકે ભીમરાવથી

પૂછ્યું- 'ભીમરાવ! તૂં તો મહાર છે. ભણી-ગણીને તૂં શું કરીશ?' ભીમરાવે શિક્ષકને જવાબ આપ્યો- 'હું ભણી-લખીને વકીલ બનીશ. અછૂતો માટે નવો કાયદો બનાવીશ., જે સરકારને માનવો પડશે. છુઆછૂતનો ભેદભાવ દૂર કરીશ.' એ દિવસથી એ શિક્ષકના મનમાં ભીમરાવનું સ્થાન ઊંચું થઈ ગયું. તે એમના પર અધિક ધ્યાન આપવા લાગ્યા. એમનાથી વધારે સ્નેહ કરવા લાગ્યા. તેઓ જાણતા હતા કે, ભીમરાવ હોનહાર છે અને કશું બનીને રહેશે. એક દિવસ કશું કરીને બતાવશે.

સમયની સાથે ભીમરાવે મેટ્રિકની પરીક્ષા પ્રથમ શ્રેણીમાં પાસ કરી લીધી. આ પરીક્ષા ઉત્તીર્ણ કરવાવાળા તેઓ માર જાતિના પ્રથમ વિદ્યાર્થી હતા. ઘર-પરિવાર અને મુંબઈના અછૂત સમુદાયમાં આ ખબરથી ખુશીની લહેર દોડી ગઈ. લોકોએ ભીમરાવને અભિનંદન વ્યકત કરવા માટે પંડાલ લગાવીને સભાનું આયોજન કર્યું. આ અવસર પર મરાઠીના પ્રકાંડ વિદ્વાન કેલુસ્કર ગુરુજીએ મરાઠી ભાષાની ખુદની લખેલી પુસ્તક 'બુદ્ધ ચરિત્ર' ભીમરાવને ભેટ કરી. એમે જ

ડૉ. ભીમરાવ આંબેડકર

ભીમરાવને કોલેજમાં દાખલો લઈને આગળનો અભ્યાસ કરવા હેતુ બરોડા મહારાજ શ્રી સયાજીરાવ ગાયકવાડથી માલિક શિષ્યવૃત્તિ પણ અપાવી દીધી.

અભ્યાસ દરમિયાન જ ૧૯૦૬માં ૧૬ વર્ષના ભીમરાવની સ્વર્ગીય ભૂકૂ વલંગકરની ૯ વર્ષની પુત્રી રમાબાઈથી લગ્ન થયા. કેમ કે ભીમરાવ પોતાના અભ્યાસના લક્ષ્ય પ્રતિ સમર્પિત હતા, તેથી રમાબાઈએ પરિવારની દેખભાળની પૂરી જવાબદારી સંભાળી લીધી. એનાથી વૃદ્ધ રામજીને આરામ મળ્યો.

૧૦. સંતાન તથા સ્નાતકની ડિગ્રી

લગ્નના ૬ વર્ષ પછી ડિસેમ્બર ૧૯૧૨માં રમાબાઈએ એક પુત્રને જન્મ આપ્યો. જેનું નામ યશવંતરાવ રાખવામાં આવ્યું. ભીમરાવે એ જ વર્ષે મુંબઈ વિશ્વવિદ્યાલયથી ફારસી અને અંગ્રેજીમાં સ્નાતકની પરીક્ષા પાસ કરી. હોનહાર તથા મેધાવી વિદ્યાર્થી હોવાને કરાણે ભીમરાવને વડોદરા મહારાજ તરફથી શિષ્યવૃત્તિ પણ મળતી હતી. તેઓ મહાર જાતિના એકમાત્ર એવા યુવક હતા, જેમણે ઉચ્ચ શ્રેણીમાં સ્નાતકની પરીક્ષા ઉત્તીર્ણ કરી હતી.

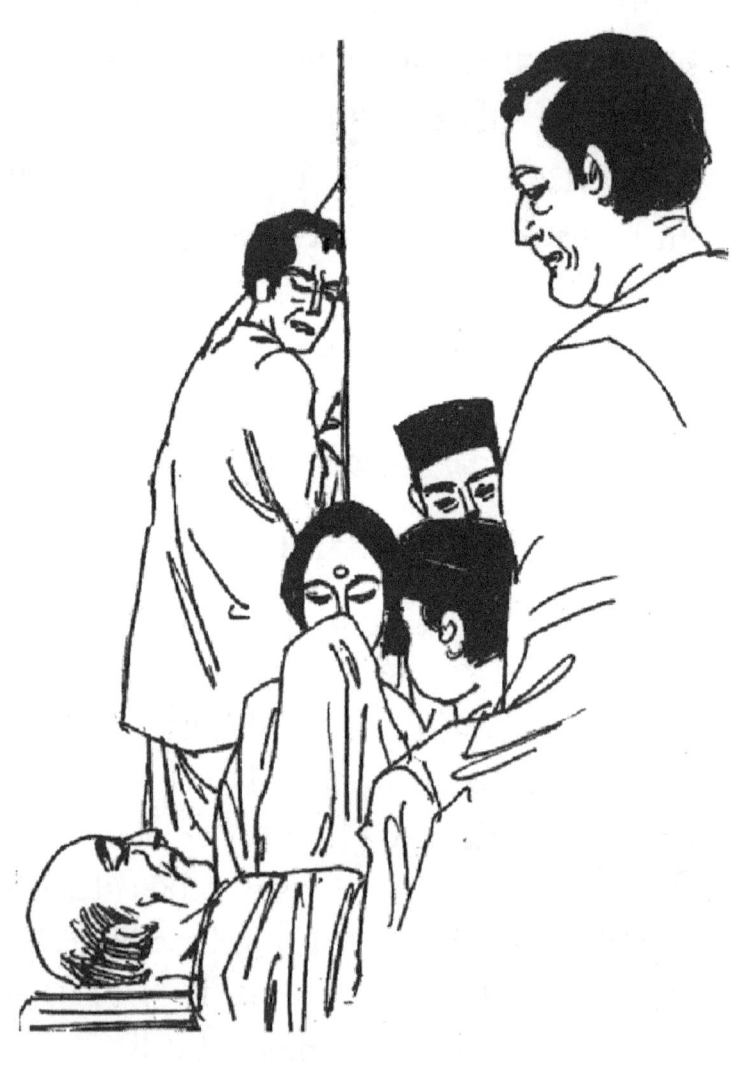

ડૉ. ભીમરાવ આંબેડકર

૧૧. પારિવારિક જવાબદારી

ભીમ ઉચ્ચ શિક્ષા પ્રાપ્ત કરવાના ઈચ્છુક હતા, પરંતુ વૃદ્ધ પિતા તેમજ ઘરની દયનીય સ્થિતિને જોતાં એમણે નોકરી કરવાનો નિશ્ચય કર્યો. પરંતુ પિતા ઈચ્છતા હતા કે એમનો પુત્ર ઉચ્ચ શિક્ષા પ્રાપ્ત કરે. ભીમરાવે પોતાના પિતાથી કહ્યું- 'નોકરી વગર આગળ ભણવું શક્ય નથી. તમે નિશ્ચિંત રહો, હું નોકરી કરતાં-કરતાં પણ ઉચ્ચ શિક્ષા પ્રાપ્ત કરીને જ રહીશ.' સૂબેદાર રામજીને પોતાના પિતૃભક્ત તેમજ દૃઢ નિશ્ચયી પુત્ર પર મનોમન ખૂબ ગર્વ થયો અને એમણે ભીમરાવને નોકરી આપી અનુમતિ આપી દીધી. ભીમરાવે સેનામાં લેફ્ટિનેંટના પદ માટે ઈન્ટરવ્યૂ આપ્યો અને સફઉળ થયાં. એમને વડોદરા રાજ્યમાં કાર્યભાર આપવામાં આવ્યો. ભીમરાવ અત્યંત ખુશ થયા. જે રાજ્યના મહારાજની કૃપાથી તેઓ બી.એ.ની પરીક્ષા ઉત્તીર્ણ કરી શક્યા હતા, હવે એમને એ જ રાજ્યની સેવાની સોનેરી તક મળી રહી હતી.

૧૨. પિતાનું મૃત્યુ

વડોદરા જઈને આંબેડકરે પોતાનો કાર્યભાર

સંભાળ્યો, પરંતુ ૧૧ દિવસ પછી જ એમને પોતાના પિતાની ગંભીર બીમારીનો પત્ર મળ્યો. ભીમરાવની રજાની અરજી સેનાએ બરતરફ કરી દીધી. વિવશ ભીમરાવે નોકરી ત્યાગ કરીને વૃદ્ધ પિતાની સેવામાં હાજર થઈ ગયા, પરંતુ ૨ ફેબ્રુઆરી, ૧૯૦૩એ એમના પિતાનું મૃત્યુ થઈ ગયું. પિતાના મૃત્યુથી તેઓ ખૂબ દુ:ખી થયાં.

૧૩. અમેરિકા પ્રસ્થાન

પોતાના ઈસાઈ મિત્ર કૈલુસ્કરના કહેવા પર ભીમરાવ, મહારાજ ગાયકવાડની પાસે ઉચ્ચ શિક્ષા માટે અમેરિકા જવા હેતુ મદદ માંગવા ગયા. એ સમયે વડોદરા મહારાજ કલાંક પ્રતિભા સંપન્ન વિદ્યાર્થીઓને ઉચ્ચ શિક્ષા હેતુ અમેરિકા મોકલવાનું વિચારી રહ્યાં હતા. આંબેડકરને અમેરિકા જવાવાળા ત્રણ વિદ્યાર્થીઓમાં પસંદ કરી લેવામાં આવ્યા. મહારાજે આંબેડકરથી એક અનુબંધ કરાવી લીધો કે, શિક્ષા પૂરી થયા પછી એમને સ્વદેશ પાછા ફરીને ૧૦ વર્ષ સુધી વડોદરા રાજ્યની સેવા કરવી પડશે. ભીમરાવ માની ગયા. ૨૨ વર્ષની અવસ્થામાં ૪ જૂન, ૧૯૧૩એ ભીમરાવ જહાજમાં બેસીને અમેરિકા માટે રવાના થઈ ગયા. ૧૨ જુલાઈએ આંબેડકર ન્યૂયોર્ક (અમેરિકા)

પહોંચ્યા. ત્યાં એમણે કોલમ્બિયા વિશ્વવિદ્યાલયમાં પ્રવેશ લઈ લીધો.

૧૪. અમેરિકામાં ઉચ્ચ શિક્ષા

અમેરિકામાં ઊંચ-નીચ, ભેદ-ભાવ જેવી કોઈપણ વાત ન હતી. બધા આપસમાં હળી-મળીને રહેતા હતા. તેઓ ભણવા-લખવા માટે સ્વતંત્ર હતા, ક્યાંય પણ ફરવા માટે સ્વતંત્ર હતા. તેઓ બધા સાથે ઊઠતાં-બેસતાં હતા, ખાઈ-પી શકતા હતા. ત્યાંનું હવામાન પણ એમને ગમી ગયું. અહીંયા પણ ભીમે પોતાનું પૂરું ધ્યાન અભ્યાસ પર લગાવ્યું. ૧૮-૧૮ કલાક અથાગ મહેનત કરીને એમણે અર્થશાસ્ત્ર, સમાજશાસ્ત્ર, ઇતિહાસ, દર્શનશાસ્ત્ર, માનવશાસ્ત્ર અને રાજનીતિ શાસ્ત્રનો ઊંડો અભ્યાસ કર્યો. તેઓ ત્યાં સમાનતા તેમજ સ્વતંત્રતાનો અનુભવ કરી રહ્યાં હતા.

ભીમરાવનો અભ્યાસ પ્રતિ આટલો પ્રેમ જોઈને, એક ભારતીય વિદ્યાર્થી નવલ ભટેના, જે એ જ વિશ્વવિદ્યાલયમાં ભણી રહ્યો હતો, ખૂબ પ્રભાવિત થયો. નવલ ભટેના ખુદ પણ પ્રથમ શ્રેણીનો વિદ્યાર્થી હતો. એણે આંબેડકરને પોતાના રૂમમાં સાથે રહેવાનો પ્રસ્તાવ આપ્યો, જેને આંબેડકરે માની લીધો. જલ્દી

જ નવલ ભટેના તેમજ આંબેડકરમાં સારી મિત્રતા થઈ ગઈ. હવે આંબેડકરના જીવનમાં બે સાચા મિત્ર હતા- પ્રથમ, ભારતમાં ઈસાઈ મિત્ર કેલુસ્કર અને બીજો, અમેરિકામાં પારસી મિત્ર નવલ ભટેના. આ બંને મિત્રોએ જીવનભર આંબેડકરનો સાથ આપ્યો.

૧૯૧૫માં ભીમરાવે કોલમ્બિયા વિશ્વવિદ્યાલયથી અર્થશાસ્ત્ર તેમજ સમાજશાસ્ત્રની ડિગ્રી પ્રથમ શ્રેણીથી ઉત્તીર્ણ કરી લીધી. પછી તેઓ પી.એચ.ડી. (ડૉક્ટરેટ)ની તૈયારી કરવા લાગ્યા. મે ૧૯૧૬માં ડૉ. ગોલ્ડન વેફરે એક વિચારગોષ્ઠી આયોજિત કરી. આ ગોષ્ઠીમાં આંબેડકરે પોતાના નામે લખેલો એક નિબંધ વાંચ્યો, જેનું નામ હતું 'કાસ્ટ ઇન ઇન્ડિયા' (ભારતમાં જાતિઓ). આ લેખમાં એમણે ભારતમાં મનુષ્યોની ઉત્પત્તિ, જાતિઓનું ગઠન તથા વિકાસ પર પ્રકાશ નાખ્યો. આંબેડકર ભારતીય જાતિવાદ પ્રથાના કટ્ટર આલોચક હતા. આંબેડકર ભારતીય જાતિવાદ પ્રથાના કટ્ટર આલોચક હતા. ૧૯૧૭માં એનું પ્રકાશન થયું, જે ડૉ. આંબેડકરની પ્રથમ પ્રકાશિત રચના હતી.

એમણે 'ભારતની અર્થવ્યવસ્થા' વિષય પર શોધ

નિબંધ પ્રસ્તુત કર્યો, જેના માટે કોલંબિયા વિશ્વવિદ્યાલયે એમને પી.એચ.ડી.ની ડિગ્રી પ્રદાન કરી. ડૉક્ટરેટની ડિગ્રી લીધા પછી એમના નામની સાથે ડૉક્ટર જોડાઈ ગયું.

૧૫. લંડન પ્રસ્થાન

ભીમરાવ આગળના અભ્યાસ માટે ૧૯૧૬માં લંડન પહોંચ્યા. કાયદાના વિષયનો અભ્યાસ કરવા માટે 'ગ્રેજઈન' અને અર્થશાસ્ત્રના અભ્યાસ માટે 'લંડન સ્કૂલ ઑફ ઈકોનૉમિક્સ'માં પ્રવેશ લીધો. એમણે ડી.એસ.સી. 'બાર ઍટ લૉ' પણ પ્રથમ શ્રેણીમાં ઉત્તીર્ણ કરી.

૧૬. સંતાનની મૃત્યુ

અહીં, ભારતમાં રમાબાઈના ખરાબ હાલ હતા. તેઓ છાણના છાણાં બનાવીને તેમજ વેચીને જેમ-તેમ પોતાનું ઘર ચલાવી રહી હતી. પૈસા અને દવાના અભાવમાં એમની બે સંતાનોના મૃત્યુ થઈ ગયા. છતાં પણ તેઓ બાબા સાહેબને પત્ર લખીને આગળ વધવાની હિંમત આપતી હતી.

૧૭. વડોદરાના દીવાનનો પત્ર

આ જ દરમિયાન ડૉ. આંબેડકરને વડોદરાના દીવનનો પત્ર મળ્યો કેમ કે એમને પી.એચ.ડી.ની ડિગ્રી પ્રાપ્ત થઈ ચુકી છે, તેથી હવે એમની શિષ્યવૃત્તિની અવધિ સમાપ્ત થઈ ગઈ છે. શિષ્યવૃત્તિના અભાવમાં લંડનમાં રહીને શિક્ષા પ્રાપ્ત કરવી શક્ય ન હતી. આથી અભ્યાસ અધૂરો છોડીને આંબેડકર ભારત પાછા આવ્યા. એનાથી પહેલાં પ્રો. ઍડવિન કેનની મદદ અને ભલામણથી એમને ૪ વર્ષની વચ્ચે પુનઃ અભ્યાસ શરૂ કરવા માટે લંડન વિદ્યાપીઠથી અનુમતિ મળી ગઈ હતી.

મુંબઈ પહોંચવા પર ભીમરાવને કોઈ વિશેષ ખુશી ના થઈ, કેમ કે મનમાં ઉચ્ચ શિક્ષાની અડચણનું દર્દ હતું પરંતુ એમની પત્ની રમાબાઈ ખૂબ ખુશ હતી. પરંતુ જ્યારે એને જાણ ચાલી કે, ડૉ. આંબેડકરની શિષ્યવૃત્તિ બંધ કરી દેવામાં આવી છે, આથી તે વચ્ચે જ અભ્યાસ અધૂરો છોડીને ભારત પાછા આવ્યા છે અને આગલા ૧૦ વર્ષ સુધી વડોદરા મહારાજના રાજ્યમાં કાર્ય કરશે. એનાથી રમાબાઈ દુઃખી થઈ ગઈ.

૧૮. અસહનીય અપમાન

વડોદરા પહોંચ્યા પછી સ્ટેશનથી જ ડૉ. આંબેડકરને અપમાનનો સામનો કરવો પડ્યો. એમને સેના સચિવ (મિલિટ્રી સેક્રેટરી) બનાવવામાં આવ્યા, પરંતુ અછૂત જાતિના હોવાને કરાણે એમનો સામાન લેવા કોઈ પણ ના આવ્યું.

એમને ઓફિસનો પટાવાળો પણ ફાઈલ ફેંકીને આપતો અને પાણી પિવડાવતો ન હતો. જ્યારે તેઓ મેસમાં ખાવાનું ખાવા જતાં તો કોઈ એમની સાથે ટેબલ પર બેસીને ખાવાનું તો દૂર, એમની તરફ જોવાનું પણ પસંદ કરતા ન હતા. એમને ભાડા પર કોઈ મકાન ના મળ્યું. શહેરની કોઈ પણ હોટલમાં રહેવા માટે જગ્યા ના મળી. મજબૂરીથી એમને પોતાનું નામ બદલીને પારસીઓની એક ધર્મશાળામાં શરણ લેવી પડી, પરંતુ જ્યારે ધર્મશાળાવાળાઓને એમની જાતિની ખબર પડી, તો જબરદસ્તી એમને ત્યાંથી કાઢી મૂકાયા. આટલી મુશ્કેલીઓ છતાં ડૉ. આંબેડકર પોતાનું કાર્ય પૂરી લગનની સાથે કરતાં રહ્યાં.

ધીમે-ધીમે પૂરા વડોદરામાં એ વાત ફેલાઈ ગઈ કે, એમનો સેના સચિવ મહાર જાતિનો છે. હવે પ્રજાએ

ડૉ. ભીમરાવની સાથે-સાથે મહારાજને પણ કોસવાનું શરૂ કરી દીધું હતું. સ્થિતિ બગડતી જોઈને ડૉ. આંબેડકર મહારાજ ગાયકવાડથી મળ્યાં અને એમને સ્થિતિની જાણ કરી તથા પોતાનો ત્યાગપત્ર દીવાન સાહેબને સોંપી દીધો.

૧૯. મુંબઈમાં નોકરી

વડોદરાથી પાછા ફરીને આંબેડકરે પોતાના મિત્ર ડૉ. કેલુસ્કરની મદદથી મુંબઈની સરકારી સિડેનહમ કૉલેજમાં અર્થશાત્રના પ્રોફેસરની નોકરી કરી લીધી. આ એક ઈસાઈ કોલેજ હતી. અહીંયા ડૉ. આંબેડકરનું વિદેશમાં ભણવાનું કામ આવ્યું. વિદ્યાર્થીઓએ એમના ભણાવવાની રીત પસંદ આવી અને જલ્દી જ તેઓ કૉલેજમાં વિદ્યાર્થીઓના પ્રિય શિક્ષક બની ગયા. પરંતુ અન્ય જાતિઓના શિક્ષકો દ્વારા, અછૂત હોવાને કારણે એમનું અપમાન થવાનું ના રોકાયું.

એક દિવસ ભીમરાવને માટીના ઘડાથી પાણી કાઢીને પીતા, સંયોગવશ કૉલેજમાં ગુજરાતીની શિક્ષા આપવાવાળા શિક્ષકે જોઈ લીધા. એના પર એ શિક્ષકે ક્રોધિત સ્વરમાં આંબેડકરને કહ્યું કે, 'એમને માટીના

ડૉ. ભીમરાવ આંબેડકર

ઘડાથી ખુદ પાણી લેવું જોઈતું ન હતું. તે અછૂત છે. કોઈ અન્યથી પાણી માંગીને પી શકતા હતા. આ અશુદ્ધ જળ હવે અમે કેવી રીતે પી શકીએ છીએ?' અન્ય શિક્ષકોએ પણ એ શિક્ષકની વાતનું સમર્થન કર્યું.

વિકટ વાતાવરણ છતાં પણ ડૉ. આંબેડકરનું શિક્ષા પ્રદાન કરવાનું કામ સુચારૂ રૂપથી ચાલતું રહ્યું.

એ જ દિવસોમાં કોલ્હાપુરમાં ત્યાંના સ્થાનીય શાસક છત્રપતિ સાહૂ મહારાજ પોતાના રાજ્યમાં અછૂતોના કલ્યાણ માટે કાર્ય કરી રહ્યાં હતા. તેઓ દલિતોને શિક્ષા પ્રદાન કરીને સામાજિક રૂપથી એમને યોગ્ય બનાવીને એમના પર ઉચ્ચ જાતિઓ દ્વારા થઈ રહેલાં અત્યાચારોને દૂર કરવાનો પ્રયત્ન કરી રહ્યાં હતા.

એક વાર દલિત વર્ગના સંમેલન દરમિયાન આંબેડકરના ભાષણથી પ્રભાવિત થઈને છત્રપતિ શાહૂ મહારાજે આંબેડકરની સાથે ભોજન કર્યું, જેનાથી પૂરા રૂઢિવાદી સમાજમાં હલચલ મચી ગઈ.

૧૯૨૦માં, મુંબઈમાં, ડૉ. આંબેડકર અને છત્રપતિ શાહૂ મહારાજે મળીને સાપ્તાહિક 'મૂકનાયક'ના

પ્રકાશનની શરૂઆત કરી. આ પ્રકાશન જલ્દી જ વાચકોમાં લોકપ્રિય થઈ ગયું, ત્યારે આંબેડકરે એનો ઉપયોગ રૂઢિવાદી હિન્દુ રાજનેતાઓ તેમજ જાતીય ભેદભાવથી લડવા પ્રતિ કર્યો.

૨૦. વકીલાતની શરૂઆત

લંડનમાં પોતાની અધૂરી છૂટેલી વકીલાતનો અભ્યાસ ફરીથી શરૂ કરવા માટે આંબેડકરે પ્રોફેસર પદથી ત્યાગપત્ર આપી દીધો. પોતાના મિત્ર કેલુસ્કરના કહેવા પર એમણે પુનઃ વડોદરા મહારાજથી પોતાનો કાનૂનનો અધૂરો અભ્યાસ પૂરો કરવા માટે સહાયતા પ્રાર્થના કરી. વડોદરા મહારાજે આંબેડકરને ૫ હજાર રૂપિયા રોકડ મોકલ્યા અને માસિક શિષ્યવૃત્તિ આપવાનું પણ સ્વીકાર કરી લીધું. વડોદરા મહારાજ તથાપોતાના મિત્ર નવલ ભટેના અને કેલુસ્કરના સહયોગ તેમજ પોતાની બચતને કારણે ડૉ. આંબેડકર એક વાર ફરીથી લંડન જવામાં સફળ થઈ ગયા.

લંડન પહોંચીને એમણે 'લંડન સ્કૂલ ઑફ ઈકોનૉમિક્સ'માં કાનૂનના અભ્યાસ માટે 'ગ્રેજઈન' સંસ્થામાં ફરીથી પ્રવેશ લીધો. ૧૯૨૩માં એમણે

પોતાની શોધ 'પ્રૉબ્લેમ્સ ઑફ ધી રૂપી' (રૂપિયાની સમસ્યાઓ)ને પૂરી કરી લીધી. એમણે લંડન વિશ્વ વિદ્યાલય દ્વારા 'ડૉક્ટર ઑફ સાયન્સ'ની ડિગ્રીથી સન્માનિત કરવામાં આવ્યા. કાનૂનનો અભ્યાસ પૂરો કર્યા પછી એમણે બ્રિટિશ બારમાં બેરિસ્ટરના રૂપમાં પ્રવેશ મળી ગયો. ભારત પાછા ફરતાં આંબેડકર ત્રણ મહીના જર્મનીમાં રોકાયા, અહીંયાના બૉન વિશ્વવિદ્યાલયમાં એમણે અર્થશાસ્ત્રનો અભ્યાસ કર્યો. ઉચ્ચ શિક્ષા પ્રાપ્ત કરીને ભારત આવ્યા પછી આંબેડકરે મુંબઈ હાઈકોર્ટમાં સ્વતંત્ર વકીલાત શરૂ કરી. તેઓ ઓછાથી ઓછી ફીસ લઈને કેસ લડતાં. આ એમના જ્ઞાનનું જ પરિણામ હતું કે, તેઓ જે પણ કેસ હાથમાં લેતા, એમાં વિજય અવશ્ય પ્રાપ્ત કરતા. પોતાના કાર્યોના ચાલતા જલ્દી જ એમણે શિક્ષિત વર્ગમાં પોતાનું મુખ્ય સ્થાન બનાવી લીધું.

૨૧. અછૂતોને અધિકાર અપાવવા હેતુ કાર્ય

બાળપણમાં ભીમરાવને કેટલીય વાર છુઆછૂત સંબંધી ઘટનાઓનો સામનો કરવો પડ્યો હતો, એ જ ઘટનાઓના આધાર પર તેઓ એક પ્રગગતિશીલ વિચારોવાળા મહાન રાષ્ટ્રવાદીના રૂપમાં ઉભર્યા. તેઓ પ્રત્યેક કામ ખૂબ શાલીનતાથી કરતાં હતા. એમણે અછૂતો પર સુવર્ણ હિન્દુઓના અત્યાચારોને પોતાની આંખોથી જોયા હતા.

આંબેડકરે 'બહિષ્કૃત હિતકારિણી સભા'ની સ્થાપના કરી, જે દલિત વર્ગમાં શિક્ષાનો પ્રસાર કરતી હતી.

એમણે અછૂતોને માનવાધિકાર આપવાનું અભિયાન ચલાવ્યું. આ કાર્યમાં એમને સફળતા મળી.

પ્રથમ વિશ્વયુદ્ધ પછી મહારોને સેનામાં ભરતી થવા પર પૂર્ણ રીતે પ્રતિબંધ લગાવી દેવાયો હતો. ડૉ. આંબેડકર આ પ્રતિબંધને હટાવવામાં પણ સફળ થયા. સાથે જ૯ ૧૯૪૬માં 'મહાર મશીનગન રેજિમેન્ટ'નું ગઠન પણ કરવામાં આવ્યું.

મહારાષ્ટ્રના કોલાબા જિલ્લામાં મહાડ નામના

વિસ્તારમાં ચાવદાર નામના એક તળાવમાંથી મહારોને પાણી ભરવાની મનાઈ હતી. એમણે સત્યાગ્રહ કરીને આ પાણી ભરવાના અધિકારને પ્રાપ્ત કર્યો. આ સત્યાગ્રહને 'મહાડ સત્યાગ્રહ'ના નામથી ઓળખાતો હતો.

એમણે નાસિકના કાલારામ મંદિરમાં અછૂતોના પ્રવેશ અધિકાર માટે સત્યાગ્રહ કર્યો. ૧૯૩૦થી ૧૯૩૫ સુધી પાંચ વર્ષ સત્યાગ્રહ ચાલ્યો અને આખરે નિર્ણય અછૂતોના હકમાં થયો.

આંબેડકરે કહ્યું- 'જો કોઈ એ સમજે છે કે, મેં સ્વાર્થ સિદ્ધ કરવા માટે કોઈ કાર્ય કર્યું છે, તો આ એની ભૂલ છે. મેં દેશની જનતાની ભલાઈ માટે કામ કર્યું છે.'

હવે ઉચ્ચ જાતિના લોકો પણ આંબેડકરના સહયોગ માટે આગળ આવ્યા. એમાં બી.જી. ખેર અને બી.આર. કાદરેકર મુખ્ય હતા. આ સમયે આંબેડકર દેશના ૬ કરોડ અછૂતોનું નેતૃત્વ કરી રહ્યાં હતા. લોકો એમના એક ઈશારા પર મરી મિટવા માટે તૈયાર હતા. દલિતો અને અછૂતોના હિતમાં કાર્ય કરવાના કારણે આંબેડકરને અછૂતોના 'મસીહા ભગવાન' માનવામાં આવવા લાગ્યા. હવે એમનો અધિક સમય સમાજ સુધાર કાર્યોમાં વીતવા લાગ્યો હતો.

૨૨. મુંબઈ વિધાન પરિષદના સદસ્ય

સન્ ૧૯૨૬માં આંબેડકર મુંબઈ વિધાન પરિષદના એક નામાંકિત સદસ્ય બની ગયા. ૧૯૨૭માં ડૉ. આંબેડકરે છુઆછૂતની વિરુદ્ધ એક વ્યાપક આંદોલન શરૂ કર્યું. જેમાં એમણે સાર્વજનિક આંદોલનો અને સરઘસો દ્વારા, પેયજળના સાર્વજનિક સંસાધન સમાજના બધા લોકો માટે ખોલાવવા હેતુ તથા અછૂતોને પણ હિન્દુ મંદિરોમાં પ્રવેશ કરવાનો અધિકાર અપાવવા માટે સંઘર્ષ કર્યો.

૧ જાન્યુઆરી, ૧૯૨૭એ ડૉ. આંબેડકરે દ્વિતીય આંગ્લ-મરાઠા યુદ્ધની કોરેગામની લડાઈ દરમિયાન માર્યા ગયેલા ભારતીય સૈનિકોના સન્માનમાં કોરેગામમાં એક સમારોહ આયોજિત કર્યો. અહીંયા મહાર સમુદાયથી સંબંધિત શહીદ સૈનિકોના નામે સંગેમરમરના એક શિલાલેખ પર ખોદાવવામાં આવ્યા.

એમને બાંબે પ્રેસીડેન્સી સમિતિમાં બધા યૂરોપીય સદસ્યોવાળા સાઈમન આયોગ ૧૯૨૮માં કામ કરવા માટે નિયુક્ત કરવામાં આવ્યા.

વાઈસરોયના નિમંત્રણ પર ડૉ. આંબેડકર અછૂતોના નેતાની હેસિયતથી ગોલમેજ સંમેલનમાં

સામેલ થવા લંડન ગયા. ૧૨ નવેમ્બર, ૧૯૩૦એ બ્રિટિશ પ્રધાનમંત્રી રેમજે મેક્ડોનાલ્ડની અધ્યક્ષતામાં પ્રથમ ગોળમેજ સંમેલન થયું હતું. સંમેલનમાં ડૉ. આંબેડકરે પોતાના ભાષણમાં બ્રિટિશ સરકારની આલોચના કરવાની સાથે-સાથે દલિત વર્ગની ભરપૂર વકીલાત કરી. એમણે અછૂતોને એમના અધિકાર આપવાની માંગ કરી.

૨૩. ગાંધી-આંબેડકર વિવાદ

ભીમરાવ અછૂતોના અધિકારો માટે તથા ગાંધીજી અછૂતોના કલ્યાણ માટે પોતપોતાની રીતથી કાર્ય કરી રહ્યાં હતા. ૧૫ ઓગસ્ટ, ૧૯૩૧એ બીજું ગોળમેજ સંમેલનમાં લંડન જવાથી પહેલાં ભીમરાવ ગાંધીજીથી મળવા ગયા. વાતચીત દરમિયાન ગાંધીજીએ સ્પષ્ટ શબ્દોમાં કહ્યું -'હું અછૂતોને હિન્દુઓથી અલગ રાજનીતિક અધિકાર નથી આપી શકતો. એનાથી હિન્દુઓને ઊંડો આઘાત લાગશે.' એના પર ભીમરાવે કહ્યું- 'હું તમારો આભારી છું, જે તમે પોતાનો સ્પષ્ટ મત પ્રગટ કર્યો.'

બીજા ગોળમેજ સંમેલનમાં અછૂતોના પ્રતિનિધિત્વ

તથા અધિકારોને લઈને ગાંધીજી તેમજ આંબેડકરમાં ખૂબ ટકરાવ થયો. અંતમાં આંબેડકર વિજયી થયા. એમને 'કૉમ્યૂનલ ઍવોર્ડ'થી સન્માનિત કરાયા. 'કૉમ્યૂનલ ઍવોર્ડ' અછૂતોના હકમાં આવવાથી ડૉ. આંબેડકરની જીત થઈ. ગોળમેજ સંમેલનથી પાછા આવ્યા પછી ભીમરાવે પોતાના સમર્થકોની સાથે મુંબઈમાં કાળા ઝંડા બતાવીને ગાંધીજી પ્રતિ પોતાનો વિરોધ પ્રગટ કર્યો.

૨૪. બ્રિટિશ સરકારની ઘોષણા

૨૦ ઓગસ્ટ, ૧૯૩૨એ બ્રિટનના પ્રધાનમંત્રીએ સાર્વજનિક રૂપથી ઘોષણા કરતાં કહ્યું- 'હું ભારતના અછૂતોને પૃથક રૂપથી પ્રતિનિધિત્વ કરવા અને ચૂંટણીઓમાં ઊભા થવાનો અધિકાર પ્રદાન કરું છું.'

આ ડૉ. આંબેડકરની ખૂબ મોટી સફળતા હતી. વર્ષોથી કર વામાં આવી રહેલો એમનો સંઘર્ષ હવે જઈને રંગ લાવ્યો હતો. જે અધિકાર સવર્ણોને પ્રાપ્ત હતા, હવે એ જ અધિકાર અછૂતોને પણ પ્રાપ્ત થઈ ગયા હતા.

આ ઘોષણાના વિરોધમાં ગાંધીજી ૨૦ સપ્ટેમ્બર,

૧૯૩૨એ ભૂખ હડતાળ પર બેસી ગયા. એ સમયે તેઓ યરવડા જેલ, પુણેમાં બંદી હતા. દેશભરમાં અછૂતોના અધિકારો માટે વિચાર-વિમર્શ થવા લાગ્યા. પરિસ્થિતિને જોતાં આંબેડકરે સી. રાજગોપાલાચારીથી પોતાની શરત પર એક સમાધાન કરીને ગાંધીજીની ભૂખ હડતાળ સમાપ્ત કરાવી. એનાથી અછૂતોના હિતો પર કોઈ આંચ ના આવી. જાતીયતાના આધારે અછૂતોને પૃથક પ્રતિનિધિત્વ કરવા માટે ચૂંટણીમાં ૭૧ સીટો આપવાની વાત કરવામાં આવી. આ સમાધાન પર હિન્દુઓની તરફથી પંડિત મદન મોહન માલવીયજીએ તથા અછૂતો તરફથી ડૉ. આંબેડકરે હસ્તાક્ષર કર્યા.

આ સમાધાનને 'પૂના પેક્ટ'ના નામથી ઓળખવામાં આવે છે. એના પછી ડૉ. આંબેડકર, ગાંધીજીથી મળવા યરવડા જેલ ગયા. ગાંધીજીને જેલથી છુટા કરી દેવામાં આવ્યા, પરંતુ અંગ્રેજી સરકારે એમની સાથે શરત લગાવી દીધી કે તેઓ બહાર જઈને રાજનીતિક ક્ષેત્રમાં કાર્ય નહીં કરે.

૨૫. અંગ્રેજો દ્વારા સન્માનિત

આંબેડકર એક ભણેલાં-ગણેલાં કાબિલ વ્યક્તિ હતા અને અંગ્રેજી શાસનમાં અંગ્રેજોથી એમના સંબંદ ખૂબ સારા હતા. અંગ્રેજ સરકાર પણ એમના પર મહેરબાન હતી. અમેરિકા તથા લંડનથી ઉચ્ચ શિક્ષા પ્રાપ્ત કરવાને કારણે આંબેડકર શિક્ષિત વર્ગમાં વધારે લોકપ્રિય હતા. આકર્ષક વ્યક્તિત્વ, પ્રકાંડ વિદ્વાન અને અદ્‌ભુત વિશ્લેષણ શક્તને કારણે અંગ્રેજ એમનું ખૂબ જ સન્માન કરતા હતા. જ્યારે આ કોઈ સમારોહમાં જતા હતા, તો અંગ્રેજ એમના માટે સીટ ખાલી છોડી દેતા હતા.

૨ જુલાઈ, ૧૯૪૭એ આંબેડકર દ્વારા દલિતો માટે કરવામાં આવવાવાળા કાર્યોને ધ્યાનમાં રાખીને, વાઈસરોયે એમને પોતાની કાઉન્સિલના સદસ્ય તરીકે પસંદ કરી લીધા. આ ભારતની એક ઐતિહાસિક ઘટના હતી. પહેલીવાર કોઈ અછૂત વ્યક્તિ વાઈસરોયની કાઉન્સિલના સદસ્ય તરીકે પસંદ કરવામાં આવ્યો હતો.

૨૬. નવું નામ બાબા સાહેબ

લાંબી બીમારી પછી મે, ૧૯૩૫માં ડૉ. આંબેડકરની પત્ની રમાબાઈનો દેહાન્ત થઈ ગયો. આ ઘટનાનો ડૉ. આંબેડકર પર ખૂબ જ પ્રભાવ પડ્યો. એમણે સુખ-સુવિધાઓને છોડી દીધી અને સાદગીથી રહેવા લાગ્યા. એ સમયથી લોકો એમને 'બાબા સાહેબ'ના નામથી બોલાવવા લાગ્યા. આ જ દરમિયાન એમને મુંબઈ ગવર્ન્મેન્ટ લૉ કૉલેજમાં પ્રાચાર્ય પદ પર નિયુક્ત કરવામાં આવ્યા. ભણવા-ભણાવવામાં ધ્યાન આપવાને કારણે ડૉ. આંબેડકર ધીમે-ધીમે પોતાના દુઃખથી બહાર આવી ગયા અને સામાન્ય જીવન જીવવા લાગ્યા.

સપ્ટેમ્બર ૧૯૩૫માં નાસિક જિલ્લાના યેવલા સ્થાન પર એમણે 'યેવલા સંમેલન'ની અધ્યક્ષતા કરી અને દલિતોને હિન્દુ ધર્મ ત્યાગ કરીને બીજો ધર્મ અપનાવવાનું કહ્યું. યેવલા સંમેલનમાં એમણએ સ્પષ્ટ કહ્યું કે તતેઓ ધર્મ પરિવર્તન કરી રહ્યાં છે.પત્નીની મૃત્યુ પછી આ પ્રથમ અવસર હતો, જ્યારે ડૉ. આંબેડકર સાર્વજનિક સભામાં પધાર્યા હતા. આ અવસર પર એમણે સફેદ વસ્ત્ર પહેરી રાખ્યા હતા. આ જ સંમેલનથી એમને 'બાબા સાહેબ'વાળા નામથી વધારે પ્રસિદ્ધિ મળી.

૨૭. ઈન્ડિપેન્ડેન્ટ લેબર પાર્ટીનું ગઠન

આંબેડકર શરૂથી જ બ્રાહ્મણ અને પૂંજીવાદના વિરોધી હતા. મુંબઈમાં ૧૯૩૬ની ચૂંટણી થવાવાળી હતી. એમણે 'ઇન્ડિપેન્ડેન્ટ લેબર પાર્ટી' (સ્વતંત્ર મજૂર દળ)ના નામથી એક નવી પાર્ટી બનાવી. મુંબઈ ઍસેમ્બલીમાં ૧૭૫ સીટોમાંથી ૧૫ સીટો અછૂતો માટે અનામત હતી. આંબેડકરને ૧૭ સીટો પર ચૂંટણી લડવા મળી. ૧૭ ફેબ્રુઆરી, ૧૯૩૭એ ચૂંટણી સંપન્ન થઈ, તો ૧૭માંથી ૧૫ સીટો પર 'ઇન્ડિપેન્ડેન્ટ લેબર પાર્ટી'ના ઉમેદવાર વિજયી રહ્યાં. આ જીતથી આંબેડકર ખૂબ પ્રસિદ્ધ થઈ ગયા. હવે તેઓ અછૂતોની સાથે-સાથે મજૂરોના પણ નેતા તરીકે ઓળખાવા લાગ્યા.

૧૯ જુલાઈ, ૧૯૩૭એ મુંબઈ કૉંગ્રેસ મંત્રીમંડળનું ગઠન થયું. એક સરકારી બિલ દ્વારા અછૂતો માટે 'હરિજન' શબ્દનો ઉપયોગ કરવાનો પ્રસ્તાવ રાખવામાં આવ્યો. એનો વિરોધ દલિત જાતિના નેતા દાદાસાહેબ ગાયકવાડ અને ડૉ. આંબેડકરે કર્યો. પોતાનો વિરોધ જતાવવા માટે ડૉ. આંબેડકરે ઍસેમ્બલીમાં શાંતિ માર્ચ કરી.

મે, ૧૯૩૮માં ડૉ. આંબેડકરે મુંબઈ ગવર્મેન્ટ લૉ કૉલેજના પ્રાચાર્ય પદથી ત્યાગપત્ર આપી દીધો.

ડૉ. આંબેડકર હંમેશાં પશ્ચિમી વેશભૂષામાં રહેતા હતા, પરંતુ તેઓ મનથી પૂર્ણ રીતે ભારતીય હતા.

૨૮. દેશના પ્રથમ કાયદા મંત્રી

સન્ ૧૯૪૨માં કૉંગ્રેસ પાર્ટી 'ભારત છોડો આંદોલન'ના ચાલતા પૂરા દેશમાં લોકપ્રિય થઈ ગઈ હતી. એ સમયે કૉંગ્રેસની આલોચના કરવી જોખમથી ભરેલું ન હતું, પરંતુ આંબેડકરે એ સમયે પણ એક પુસ્તક લખી અને પ્રકાશિત કરાવી- 'ગાંધીજી અને કૉંગ્રેસે અછૂતો માટે શું કર્યું?'

પોતાના વિવાદાસ્પદ વિચારો અને ગાંધી તેમજ કૉંગ્રેસની કટુ આલોચના છતાં આંબેડકરની પ્રતિષ્ઠા એક અદ્વિતીય વિદ્વાન અને વિધિવેત્તાની હતી, જેના કારણે ૧૫ ઓગસ્ટ, ૧૯૪૭એ ભારતની સ્વતંત્રતા પછી, કૉંગ્રેસના નેતૃત્વવાળી નવી સરકાર અસ્તિત્વમાં આવી, તો એણે આંબેડકરને કાયદા મંત્રીના રૂપમાં દેશની સેવા કરવા માટે આમંત્રિત કર્યા, જેને એમણે

ડૉ. ભીમરાવ આંબેડકર

સ્વીકાર કરી લીધું. ડૉ. આંબેડકર નેહરૂ મંત્રીમંડળમાં સામેલ થયા તથા સ્વતંત્ર ભારતના પ્રથમ કાયદા મંત્રી બન્યાં.

જુલાઈ, ૧૯૪૬માં ડૉ. આંબેડકર બંગાળ વિધાન પરિષદથી મુસ્લિમ લીગની સહાયતાથી દલિતોના પ્રતિનિધિ તરીકે સંવિધાન સભામાં નિર્વાચિત થઈને આવ્યા. નવેમ્બર, ૧૯૪૬માં ભીમરાવે સંવિધાન સભામાં પહેલીવાર ભાષણ આપ્યું. જુલાઈ ૧૯૪૭માં આંબેડકરને રાષ્ટ્રીય ઝંડા સમિતિના સદસ્ય બનાવવામાં આવ્યા તથા સંવિધાન સભા દ્વારા અશોક ધમ્મચક્ર તિરંગો ઝંડો સ્વીકૃત થયો.

૨૯. ભારતીય સંવિધાનના રચયિતા

ભીમરાવને ૩૦ ઓગસ્ટ, ૧૯૪૭એ સ્વતંત્ર ભારતના નવા સંવિધાન સભાની પ્રારૂપ સમિતિના અધ્યક્ષ તરીકે પસંદ કરાયા. એમની સામે સંવિધાનનું માળખું તૈયાર કરવાનું પડકારજનક કામ હતું, જે અત્યંત મુશ્કેલ અને જટિલ કાર્ય હતું. સંવિધાન પ્રારૂપ સમિતિના સાત સદસ્ય હતા, પરંતુ વિભિન્ન કારણોથી તેઓ પોતાનો પૂરો સહયોગ ના આપી શક્યા. પોતાના

ખરાબ સ્વાસ્થ્ય છતાં બાબા સાહેબે એકલા જ રાત-દિવસ મહેનત કરીને ભારતીય સંવિધાનનું માળખું તૈયાર કરી બતાવ્યું, જે સમતા, સ્વતંત્રતા, બંધુતા અને ન્યાયના સિદ્ધાંતો પર આધારિત છે.

૪ ઑક્ટોબર, ૧૯૪૮એ ડૉ. આંબેડકરે સંવિધાન સભામાં સંવિધાન પ્રસ્તુત કર્યું. ૨૦ નવેમ્બર, ૧૯૪૮એ સંવિધાન સભાએ અનુચ્છેદ ૧૭થી અછૂત શબ્દ હટાવવાનો નિશ્ચય કરી લીધો. ૨૬ નવેમ્બર, ૧૯૪૯એ સંવિધાન પર સરકારી મહોર લાગી ગઈ. ૨૬ જાન્યુઆરી, ૧૯૫૦થી ભારતીય સંવિધાન લાગૂ થઈ ગયો. બાબા સાહેબ આંબેડકરે ભારતમાં સંવિધાન દ્વારા એક નવા યુગનો આરંભ કર્યો.

૩૦. વિદેશી પત્રકારથી મુલાકાત

એક વાર વિદેશી પત્રકાર ભારતની સામાજિક તેમજ રાજનીતિક સ્થિતિઓનો અભ્યાસ કરવા ભારત આવ્યો. એને ગાંધીજી, મોહમ્મદ જિન્ના તેમજ ડૉ. આંબેડકરથી મુલાકાત માટે રાત્રિનો સમય મળ્યો. બાબા સાહેબે રાત્રે બે વાગ્યાનો સમય મુલાકાત માટે આપ્યો. પત્રકારે બાબા સાહેબથી મળતાં જ પ્રશ્ન કર્યો-

'શું વાત છે ડૉ. આંબેડકર, તમે રાત્રિના બે વાગ્યે પણ મને જાગતા મળ્યાં, પરંતુ મિસ્ટર ગાંધી અને જિન્ના તો સુઈ ગયા.' બાબા સાહેબે ઉત્તર આપ્યો- 'તેઓ સુઈ ગયા, કેમ કે એમનો સમાજ જાગી ચુક્યો છે, પરંતુ મારો સમાજ હજુ ઘોર નિદ્રામાં છે. જો હું પણ સુઈ ગયો, તો એને કોણ જગાવશે.'

૩૧. બીજા લગ્ન

પત્ની રમાબાઈના નિધન પછી ભીમરાવ એકલા થઈ ગયા હતા, ના સુવાનો સમય, ન ખાવાનો સમય. પરિણામે એમનું શરીર કમજોર થઈ ગયું અને એમને મધુમેહ (ડાયાબિટીઝ) થઈ ગયો. એમને રોજ ઇન્સુલિનનું ઇંજેક્શન લાગતું હતું. સારવાર માટે એમને હૉસ્પિટલમાં ભરતી થવું પડ્યું. શ્રીકૃષ્ણરાવ બી. કબીરની પુત્રી ડૉ. શારદા કબીર એમની સારવાર કરી રહી હતી. ઘનિષ્ઠતા વધી તો ૧૯૪૮માં ડૉ. આંબેડકરે ડૉ. શારદાથી દિલ્લીમાં લગ્ન કરી લીધા.

આ ઘટનાથી મહારાષ્ટ્રમાં તણાવનું વાતાવરણ પેદા થઈ ગયું. એક અછૂત વ્યક્તિના એક બ્રાહ્મણ મહિલાથી

લગ્ન કોઈને પણ પસંદ ના આવ્યા. સવર્ણ મહિલાથી લગ્ન કરવાનો આંબેડકરનો એ ઉદ્દેશ્ય પણ હતો કે, સવર્ણ વર્ગનું સમર્થન પ્રાપ્ત કરશે, પણ એવું ના થયું. એમને મોટાભાગે મોટા નેતાઓ, સમાજ સુધારકો અને સવર્ણોનો વિરોધ સહન કરવો પડ્યો.

૩૨. હિન્દુ કોડ બિલ

બાબા સાહેબ નેહરુ મંત્રીમંડળમાં બિન-કૉંગ્રેસી મંત્રી હતા. સંસદમાં કાનૂન મંત્રીના રૂપમાં એમણે હિન્દૂ કોડ બિલ રજૂ કર્યું, જેમાં ઉત્તરાધિકાર, ગુજારા ભથ્થું, લગ્ન, છુટાછેડા, દત્તક લેવું તેમજ નાબાલિગપણા પર પ્રગતિશીલતાની દૃષ્ટિથી વિચાર કરવામાં આવ્યો હતો. બિલ પાસ થવાથી મહિલાઓને સ્વતંત્રતા અને સમાનતાનો અધિકાર મળતો. જો કે, પ્રધાનમંત્રી નેહરુ, કેબિનેટ અને કેટલાય અન્ય કૉંગ્રેસી નેતાઓએ એનું સમર્થન કર્યું, પરંતુ રૂઢીવાદી/કટ્ટરપંથી હિન્દુઓએ બિલનો પ્રચંડ વિરોધ કર્યો. બિલ પાસ ન થવાથી આંબેડકર ખૂબ નિરાશ થયા અને એમણે ૨૭ સપ્ટેમ્બર, ૧૯૫૧એ કાયદા મંત્રીથી રાજીનામું આપી દીધું.

આંબેડકરે ૧૯૫૨માં લોકસભાની ચૂંટણી એક અપક્ષ ઉમેદવારના રૂપમાં લડી, પણ હારી ગયા. માર્ચ, ૧૯૫૨માં એમને સંસદના ઉપરી સદન એટલે રાજ્યસભા માટે પસંદ કરવામાં આવ્યા અને પોતાની મૃત્યુ સુધી તેઓ આ સદનના સદસ્ય રહ્યાં.

૩૩. બોધ ધર્મ ગ્રહણ

ડૉ. આંબેડકર બૌદ્ધ ધર્મથી ખૂબ જ૯ પ્રભાવિત હતા, તેઓ ધમ્મને ભારતીય સભ્યતાથી ઉપજેલ માનતા હતા, કેમ કે આ સમાનતા, ન્યાય અને આત્મીયતા ભાવ પર આધારિત છે. ૧૪ ઑક્ટોબર, ૧૯૫૬માં ડૉ. આંબેડકરે લાખો લોકોની ઉપસ્થિતિમાં પત્ની સહિત બૌદ્ધ ધર્મની દીક્ષા લીધી. જાતીય સન્માન અને સમતાને પ્રાપ્ત કરવા માટે એમણે બૌદ્ધ ધર્મને અપનાવ્યો.

માત્ર બૌદ્ધ ધર્મમાં જ બૌદ્ધ ભિક્ષુણી સંઘોમાં ચાંડાલ જાતિની સ્ત્રીઓને આધ્યાત્મિક પદો પર સન્માનત કરવામાં આવ્યા હતા. કદાચ ડૉ. આંબેડકરને જ એમનાથી જ પ્રેરણા પ્રાપ્ત થઈ. જો કે, આ વાત માટે એમની ખૂબ આલોચના પણ કરવામાં આવી. દીક્ષિત

થયા પછી ડૉ. આંબેડકરે લગભગ બધા બૌદ્ધ તીર્થોની યાત્રા કરી.

૩૪. આંબેડકરની લખેલી પુસ્તકો

આંબેડકરની લખેલી પુસ્તકોમાં લોકપ્રિય છે - 'પાકિસ્તાન કે ભારત વિભાજન', 'ગાંધીજી અને કૉંગ્રેસે અછૂતો માટે શું કર્યું', 'શૂદ્ર કોણ હતા', 'રાજ્ય અને અલ્પસંખ્યક', 'હિન્દૂ નારીનું ઉત્થાન અને પતન', 'બુદ્ધ ઉપાસના પથ', 'બૌદ્ધ પૂજા પાઠ', 'ધ બુદ્ધા એન્ડ હિઝ ધમ્મ', 'ધ અનટચેબલ', 'થૉટ્સ ઑફ લિંગુસ્ટિક સ્ટેટ', 'ધ બુદ્ધ એન્ડ કાર્લ માર્ક્સ', 'ઈવૉલ્યૂશન ઑફ પ્રોવિંશિયલ ફાઈનેન્સ ઈન બ્રિટિશ ઈન્ડિયા', 'સ્મૉલ હોલડિંગ્સ ઈન ઈન્ડિયા એન્ડ ધેર રેમેડિઝ' અને 'રિવોલ્યૂશન એન્ડ કાઉન્ટર રિવોલ્યૂશન ઈન ઍનસિએંટ ઈન્ડિયા'. આંબેડકર મોટાભાગે અંગ્રેજીમાં લખતા હતા. આથી એમની બધી રચનાઓનું હિન્દીમાં અનુવાદ કરવામાં આવ્યું છે.

પુસ્તકો લખવા સિવાય ડૉ. આંબેડકરે 'ઈક્વેલિટી' નામની અંગ્રેજી પત્રિકા સિવાય મરાઠી પત્રિકાઓનું

પણ પ્રકાશન કર્યું. જેમ કે - 'મૂકનાયક' (સાપ્તાહિક મરાઠી પત્રિકા), 'બહિષ્કૃત ભારત', 'જનતા સાપ્તાહિક', 'સમતા' તથા 'પ્રબુદ્ધ ભારત'.

ડૉ. આંબેડકરને પુસ્તકો વાંચવાનો ખૂબ જ શોખ હતો. જ્યારે તેઓ લંડનમાં અભ્યાસ કરી રહ્યાં હતા, તો પ્રતિદિવસ પુસ્તકાલય ખુલવાથી પહેલાં જ પહોંચી જતાં હતા. તેઓ પુસ્તકાલય બંધ થવાના સમયે જ બહાર જતા હતા, તે પણ ગેટકીપરના ટોકવા પર. આંબેડકર જ્યારે પુસ્તકાલયથી બહાર નિકળતા હતા, તો એમના પેન્ટનું ખિસ્સુ કાગળોની પરચીઓથી ભરેલું રહેતું હતું, જેના પર એમના નોટ્સ લખેલા હતા. એમના અભ્યાસની સાધના એક તપસ્યા જેવી હતી. ડૉ. આંબેડકરની પાસે ઘણી બધી પુસ્તકો હતી, જેમાં ઉચ્ચ કોટીના દુર્લભ ગ્રંથ હતા. એમણે મુંબઈના દાદરમાં રાજગૃહ નામનું ભવન બનાવડાવ્યું. એમાં એમણે પોતાના વિશાળ ગ્રંથ-સંગ્રહને વ્યવસ્થિત રૂપથી રાખવાની જગ્યા પણ બનાવી.

ડૉ. આંબેડકર દ્વારા સ્થાપિત બે કૉલેજોના નામ 'સિદ્ધાર્થ' અને 'મિલિંદ' છે. આ બધું એમની ભગવાન બુદ્ધ તથા બૌદ્ધ ધર્મ પ્રતિ શ્રદ્ધાના સૂચક છે.

૩૫. નિધન

૫ ડિસેમ્બર, ૧૯૫૬ની રાત્રે પોતાના નિવાસ દિલ્લી સ્થિત ૨૬ અલીપુર રોડમાં પોતાની ખરાબ તબિયત છતાં બાબા સાહેબે એક ગ્રંથ પૂરો કર્યો 'ભગવાન બુદ્ધ અને એમનો ધમ્મ'. બીજા દિવસે સવારે બાબા સાહેબ ના રહ્યાં આ દુઃખદ સમાચારથી આખો દેશ શોકાકુળ થઈ ઊઠ્યો.

એમના અંતિમ સંસ્કાર માટે મુંબઈ જ યોગ્ય સમજવામાં આવ્યું. મુંબઈ, દાદર ચોપાટી પર લાખો સમર્થકોની વચ્ચે એમના અંતિમ સંસ્કાર કરવામાં આવ્યા. એને હવે 'ચૈત્યભૂમિ દાદર મુંબઈ' કહેવામાં આવે છે. એમની ચિતાને એમના એકમાત્ર પુત્ર યશવંત રાયે અગ્નિ આપી. આંબેડકરના અંતિમ સંસ્કાર બૌદ્ધ ધર્મ અનુસાર થયા. એમની ચિતાની સામે પચાસ હજાર લોકોએ બૌદ્ધ ધર્મની શિક્ષા ગ્રહણ કરી. આ પ્રકારે એક મહાન વિચારક, સમાજ સુધારક, અછૂતોના હિતેચ્છુ, વિધિવેદ્દ્તા, દલિતો-શોષિતોના મસીહાના જીવનનો આંત થયો. એમના વિચારો, કાર્યો તેમજ પુસ્તકોથી આપણને હંમેશાં પ્રેરણા મળે છે તથા હંમેશાં મળતી રહેશે.

૩૬. સન્માન

ભારત સરકારે ૧૪ એપ્રિલ, ૧૯૯૦એ મરણોપરાંત એમને 'ભારત રત્ન'થી સન્માનિત કર્યા.

૧૪ એપ્રિલ, ૧૯૯૦થી આરંભ કરીને ૧૩ એપ્રિલ, ૧૯૯૧ સુધી આંબેડકરની જન્મશતી વર્ષ ભારત સરકાર તથા ભારતવાસીઓ દ્વારા ખૂબ ઉત્સાહ અને સન્માનની સાથે મનાવવામાં આવ્યું.

ભારત સરકારે એમના સન્માનમાં ટપાલ ટિકિટ પણ જારી કરી. ડૉ. આંબેડકરને 'દલિતો તથા ગરીબોના મસીહા' કહેવામાં આવે છે.

GUJARATI BOOKS

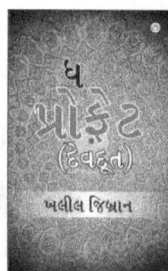

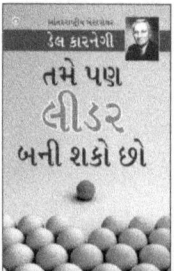

DIAMOND BOOKS X-30, Okhla Industrial Area, Phase-II New Delhi-110020
Ph: 011-40712200 email : wecare@diamondbooks.in www.diamondbooks.in

www.ingramcontent.com/pod-product-compliance
Lightning Source LLC
Chambersburg PA
CBHW031657040426
42453CB00006B/332
* 9 7 8 9 3 8 5 9 7 5 9 6 7 *